የሰዋሰው ትምህርት ቤት ወንዶች የበረዶ መንሸራተት

ይህ እኛ ልንገምተው እጅግ በጣም ብዙ ነው ።

ስለዚህ ጉዳይ ምን እናድርግ?

ዲክ በሐዘን ተናዘዘ “አላውቅም ። ምንም እንኳን ሚስተር. ከእኛ እንደዚህ ሲንሸራተት ማየትን ማየት እጠላለሁ ።

ዴብ እንዳስታወቀው “ደህና እሱ ነው ያደረገው” አሁን ማድረግ የምንችለው ብዙ ነገር እንደሌለ እፈራለሁ ።

ዲክ ፕሬስኩትት “ወደ ቀጣዩ ጥግ ወርደን ወደ ሌላኛው ጎን ልንመለስ እንችላለን” የሚል ሀሳብ አቀረበ ። "በተደጋጋሚ ወደኋላ ተመልከቺ ፣ ደፍሬ ፣ እና . ከማንኛውም ቤት ወይም በር ላይ የሚመጥን ድፍረትን የሚመለከቱ ከሆነ ፣ ከዚያ ወደ እኔ ጮኹ ፣ እናም ሁለታችንም ዘወር ብለን ከባልንጀራችን በኋላ እሽቅድምድም"

ዳርሪን በደረቀ ““ ጥሩ ሯጭ ታደርጋለህ ፣ ከዚያ በኋላ በደረቱ ላይ ምት ያንኳኳል ”ብሏል ።

ዲክ በደስታ “ኦ ፣ በየደቂቃው ትንሽ ነፋስ እመለሳለሁ” ሲል በደስታ አወጀ ። "እኔ አሁን ቢሆን ኖሮ መሮጥ እችል ነበር ፣ እና ከአሁን በኋላ ባሉት ሁለት ደቂቃዎች ውስጥ ሙሉ በሙሉ በተሻለ ሁኔታ ማከናወን እችላለሁ ። ይምጡ ። እርስዎ ወደኋላ ለመታጠፍ ዞር ይበሉ እና ዓይኖቼን ከፊት እጠቀማለሁ እኛ ነን ።

በዚህ ፋሽን በሁለቱም ጎኖች ላይ ያለውን አጠቃላይ ማገጃ መርምር ። በዝግታ እና በጥልቀት መፈለጋቸው በመጨረሻ ግራ

ተጋብተው እና ትንሽ ተስፋ አልቆረጡም ወደ ዋናው ጎዳና መለሳቸው ።

"አሁን ምን?" ብሎ ጠየቀ ።

ዲክ መለሰለት ፣ “ፖሊስን ፈልጎ አግኝተን በከተማ ውስጥ ተመልሰን መምጣቱን አይተናል ካልን በስተቀር” የምንችለውን ሁሉ አድርገናል ።

ዳርሪን አጉረመረመ "ወደ ፍርግርግ ተመልሶ መምጣቱ እንግዳ ነገር ነው" ሲል አጉረመረመ። ዱደኛው ለከተማይቱ ሰፊ መቀመጫ ለመስጠት ይዳዳ ይሆናል ብለው ያስባሉ ።

ምክንያቱ ጥርጥር የለውም እሱ ምክንያቶች አሉት ፣ ግን - ደፋር ፣ አንድ ፖሊስ አለ። በፍጥነት እንንገረው።

በሌላ ቅጽበት ሁለቱ የሰዋስው ትምህርት ቤት ወንዶች ልጆች የግራሪሊ ምሽት የፖሊስ ኃይል ዩኒፎርም ባልደረባቸው ላይ የደረሰውን በማንበብ ላይ ተሰማርተዋል ።

ፖሊሱ “የሚጠፋበት ጊዜ የለም” ብሏል ። ለእዚህ አስፈላጊ ጉዳይ ድብደባዬን ትቼ ለጣቢያው ቤት አሳውቃለሁ ።

ተጨማሪ እርዳታ ልንሰጥዎ እንችላለን? ዲክ ጠየቀ ።

"ትንሽ አይደለም ፣ ልጄ ፣ አመሰግናለሁ ፣ ን እንደገና ካላዩ በስተቀር።"

ፖሊሱ እንደወጣ ዳርሪን በቁም ነገር ጠየቀ ።

"ዲክ ፣ በእርግጥ እሱ በትክክል እንደ ሚስማማ እርግጠኛ ነዎት እና ምንም ስህተት የለም?"

"በእርግጥ እኔ ነኝ። ለምን?"

"አ ፣ ምንም የለም ፣ ለእኔ እንግዳ ነገር ብቻ ይመስለኛል ፣ ባልደረባው በእውነቱ ፖሊሶች እሱን ሊያዙ ወደሚፈልጉበት ወደ አንድ ከተማ መመለስ አለበት ።"

ፐሬስኮት “ያየሁት ሚ.ር. ነው የሚስማማው” ሲል አጥብቆ ጠየቀ ። "በተጨማሪ ፣ ማንም ሌላ ማንኳኳቴን አይፈልግም ።"

ዴቭ አምኖ ተቀበለ ። ፖሊስ ጥሩ ያልሆነውን ሰው እንዲያገኝ ተስፋ አደርጋለሁ ።

“እኛ ወይም አንዳንድ አጋሮቻችን ግኝቱን የማድረግ ዕድላችን ሰፊ ነው” ሲል ሳቅ ፐስኮት ነገረ ። እስካሁን ድረስ ሁሉንም ግኝቶች አከናውነናል ።

በዚህ ጊዜ አንድ እጅ በትከሻዎች መካከል ዲክን በከፍተኛ ሁኔታ መታ ፣ ቶም ደግሞ የሳቀውን ድምፅ ጠየቀ ።

"ጓዶች ፣ የቤት ውስጥ ምግብ ማብሰል እንደገና እንዴት ይመስላል? በጣም ጥሩ አይደለም?"

ሃሪ ሃዘልተን ከቶም ጋር ነበር ።

ዲክ “የቤት ውስጥ ምግብ ማብሰል ምን ያህል ጥሩ እንደሆነ ረስተናል ማለት ይቻላል” ሲል መለሰ ። አሁን የምናስበው ሌላ ነገር አግኝተናል ።

ከዚያ ከቅርብ ጊዜ ወዲህ ከቅርብ ጊዜ ወዲህ ከነበረው ስብሰባ ጋር የተገናኘው ታሪክ ። ፊቶች ተነገሩ ።

"ጁፒተር!" ትንፋሽ በደስታ ተንፈሰ ። "በል ፣ ያንን ሰው ወደታች ብናፈራው ተመኘሁ። በጫካ ውስጥ ለሰጠን የመንፈስ ፍርሃት ምሽት እሱን ለመክፈል እጓጓለሁ!"

ዲክ ተስማምቶ "እሱን ሲይዝ ማየት በጣም እፈልጋለሁ" ሲል ተስማማ። ግን እኔ እራሴ ማድረግ እፈልጋለሁ ማለት አልችልም ።

"ለምን አይሆንም?" ተፈታታኝ ቶም.

"ደህና ፣ እሱ ኃይለኛ ትልቅ ደደብ ነው ፣ እና እኛ አራታችን ሚርን መቆጣጠር ከቻልን እጠራጠራለሁ።"

"እህ!" የተመለሰ ቶም. "ለማንኛውም መሞከር እፈልግ ነበር ፣ እናም እድሉ ካገኘን እና ካመለጠን አራት ሰዎች ጥቂት ወንድሞቻችንን ለመርዳት በቂ ድምፅ ማሰማት ቻልን።"

ዲክ “ይህ ክፍል ትክክል ይሆናል” ሲል ተስማማ ። እርኩሱን እንደገና ካየነው ጥቂት ሰዎች ወደነበሩንበት እንዲመጡ በመጮህ እሱን ለመያዝ በጣም የተሻለው እርምጃችን ይሆናል ።

", !" የቶቢ ሮስ ሰላምታ ነበር ፣ ያ የትምህርት ቤት ልጅ ቆሞ የተመለሱትን ሰፈሮች እየተመለከተ። "መልካም ጊዜ ይሁንልህ?"

"ደህና!" አራት ድምፆችን በአንድ ጊዜ መለሰ ።

ቶቢ ቀጠለ ፣ “ግን በዶሮ ጫጩት ውስጥ ያን ያህል ነገር አለ ብዬ አስቤ አላውቅም ።”

"ምን ነገሮች? ምን ዓይነት ነገሮች!" ጠየቀ ቶም.

ቶቢ “ለምን ዶሮ በግሪድሊ ውስጥ ተመልሳለች” ሲል መለሰ ፣ “እሱ ከሚናገራቸው ተረቶች ጀምሮ በጫካ ውስጥ የወጡት የብዙዎችዎ ሕይወት እና ደህንነት በሙሉ ነበር ፡፡

ቶም በትኩረት መለሰ: - “እስቲ አስቡት ፣ እሱ እንደነበረ አምናለሁ፡፡

"ታዲያ የዶሮ ክሮች እውነት ናቸው?" ብሎ ቶቤ ጠየቀ ፡፡

ዲክ “መሆን አለባቸው” ሲል መለሰ ፡፡ ውሸትን ለመናገር ዶሮን ማን ያውቃል?

"በል ፣ ምኝነትህን አቁም አይደል?" ተለመነ . ዶሮ በእውነቱ በጫካ ውስጥ ምን አደረገች ፡፡

ቶም “ቢያንስ ለምን ድርሻውን በልቷል” ሲል አረጋግጧል ፡፡

ዳርሪን አክሎ “እና የእሱን ድርሻ አገኘ ፡፡

ሃዘልተን በሹክሹክታ “እንዲሁም እሱ የቤት ሥራውን ሙሉ ድርሻውን ሠርቷል ፡፡

ዲክ በትህትና ቀጠለ "እኛ እንደዚህ ጥሩ ጊዜ በማሳለፉ ደስተኞች ነን"

"ግን እሱ በእውነቱ እሱ የሚናገረውን ማንኛውንም የጀግንነት ቅት ሠራ?" ቶቢ ጸንቷል ፡፡

ፕሬስኮት “ስለ እሱ የሚናገረውን ባለማወቅ በእውነቱ መናገር አልችልም” ሲል መለሰ ።

ዶሮ ምን አደረገች እያለች ነው? ዳርሪን ጠየቀ ።

ቶይ እንደጨረሰ "አህ ፣ ዶሮ ትናገራለች - ግን መጥተህ ለራሳችሁ እርሱን ስሙት" ። ብዙ ዶሮዎችን በመያዝ ዶሮ ከመንገዱ ትንሽ ትንሽ መንገድ ላይ ትገኛለች ።

ቶም “ረ ኑ” ምናልባት እኛ ሳናየው ከዶሮ በስተጀርባ ተንሸራተን የምንኖር ከሆነ ያኔ በረዶ በወጣንበት ወቅት ያደረገውን ሁሉ እናውቃለን ።

እነሱን የሙከራ. በዋናው ጎዳና ላይ አንድ ተኩል ተኩል ሃያ ሰዋሰው ትምህርት ቤት ወንዶች ልጆች ቆመው በአንድ ማዕከላዊ ነገር ዙሪያ ተሰብስበው ነበር ። ዲክ እና የእሱ ጨኸቶች ወደ ህዝቡ ውጫዊ ጫፍ ሲንሸራተቱ ያንን ማዕከላዊ እቃ የኋለኛው ወደ እነሱ የተመለሰ ዶሮ አሳላፊ መሆንን አገኙ ።

ምንም እንኳን ዶሮው አሁን በአጠገቡ ማን እንዳለ ባታውቅም ፣ ሌሎች ብዙ ወንዶች ግን ያውቁ ነበር እና ዓይኑን አዩ ።

ከተመለከቷቸው ታዳጊ ወጣቶች መካከል አንዱ “ዶሮ ፣ ለመጀመሪያ ጊዜ በካቢኔው ሲታይ ተስማሚ እንደሆንክ እንደገና ይንገሩን ።

“እህ! ብዙ ላም አልነበረም” ብላ በአየር ላይ መለሰች። "ዲክ ፕረክኮት እና የእሱ ሻምጣዎች በጥሩ ሁኔታ ፈርተው ነበር ፣ ልነግርዎ እችላለሁ ። ግን ጥግ ላይ የቆመ የአየር ጠመንጃ ነበር ፣ እና እኔ ከፈለግኩ ማግኘት እንደቻልኩ አውቅ ነበር ። ስለዚህ ፣ ሲመች ዲክ ፕሬስኮት ጥቂት እንዲያገኝለት እራት ፣ እና ዲክ

ሊያደርጋት ሲል ነበር ፣ እንደ ማንኛውም ነገር አሪፍ ወጣሁ ፣ እና እንዲህ አልኩ-'አይ ጌታዬ ፣ ዲክ ፐሪኮት በዚህ ካምፕ ውስጥ ምንም እራት አያገኝልዎትም ፣ ከዚህ ይወጣሉ ፣ እመቤት ፣ 'ይላል' ፣ እናም ስለእሱም ፈጣን ትሆናለህ ። ደህና ፣ ዓይኖቼን ሲመለከት እና ማንንም ሊያስፈራኝ እንደማይችል ባየ ጊዜ ማልቀስ ጀመረ እና ‹ደህና ሁን ጌታዬ ፣ ስለማንኛውም እራት አጥብቄ አላውቅም ፣ ግን እዚህ ማታ መተኛት አለብኝ ። በትልቁ የበረዶ አውሎ ነፋስ እስከ ሞት ድረስ በረዶ እሆን ነበር ። “እዚህ ከምትመገቡት የበለጠ እዚህ አይተኙም ፣ ይገጥማል” ይላል ፣ ግን ከፈለጉ ከዚህ ጎጆ በስተጀርባ ባለው ማብሰያ ቤት ውስጥ መተኛት ይችላሉ ። ይገጥማል ፣ ለመለመን ሞክሮ ነበር ፣ ግን ሲያቅተው ልክ እንደ ሰው ከካቢኔው ወጥቶ ወደ ምግብ ማብሰያ ቤቱ ሄደ ።

"ለማብሰያ ቤቱ ያቃጠለው ሰው ተስማሚ ነበር?" ከሕዝቡ መካከል ሌላ ልጅ ጠየቀ ።

“ - - ስለዚያ ምንም አልነግርህም” አለች ዶሮ በምስጢር አየር ስር አሳፋሪነቱን ለመደበቅ እየሞከረች ።

"ግን ዶሮ ፣ በዴክ ላይ ከተንፀባረቀ በኋላ በሕዝቡ መካከል ሌላ ልጅ አስገቡ ፣" በእውነት እነዚያን መናፍስት ለመጀመሪያ ጊዜ ሲሰሙ ስትሰሙ መፍራቴን እንዴት እንደረዳችሁ አላውቅም ።

"እህህ! እኔ? ፈራሁ?" በቁጣ መልስ ሰጠ። "አይ ጌታዬ! መፍራት በእኔ መስመር ውስጥ የለም። ግን ሌሎች አጋሮች በጣም ፈርተው ነበር። ደግሜ ደጋግሜ ፣ ድምጾቹ ሙሉ ሰው እንደሆኑ እና እኛ የምንፈራበት ጥሪ እንደሌለን ደጋግሜ ነግሬዋለሁ። በእጆቹ ፋንታ ድምፁን በእኛ ላይ የተጠቀምን ማንኛውም ሰው ።

"ዲክ ፐርኮፐት በጣም ፈርቶ ነበር?" አንድ ዲዲትን በፍጥነት በዲክ ላይ በማየት ጠየቀ ።

"እሱ ነበር?" ተደጋጋሚ ዶሮ. “እህ! ግን ከሁሉም በኋላ ቶም ሬድ ትልቁ ትልቁ ነበር——”

እዚህ እንደገና እራሱን መቆጣጠር አልቻለም ። ጥልቅ ጫጩቱ በሌሊት አየር ላይ ተሰብሮ የዶሮ ጫጩት ጅማሬ እንዲዞር አስችሎታል ።

"ቀጥል ፣ ዶሮ!" ቶም አበረታታው ። "ቀጥል እና ስለ ሁሉም ነገር ተናገር። እኔ ፈርቼ እንደነበር አም' እቀበላለሁ። የቀረውም ህዝባችን ሁሉ እንዲሁ ነበር። እገምታለሁ ፣ ዶሮ ፣ በእውነቱ እርስዎ ጎብ ው ውስጥ የደም አፋሳሽ ድምፆች ሲፈነዱ እርስዎ ብቻ ነዎት እኛ የሌሊታችንን እንቅልፍ አበላሽተነዋል ።

"ደህና ፣ አልፈራሁም ነበር?" ተፈታኝ ጋሽ

የዶሮ አይን በዲክ ፊት ላይ እስኪያርፍ ድረስ ተጓዘች ።

ፕሬስኮት በትኩረት መለሰች: - “እንደሆንክ አልሆንክ አላውቅም” ሲል መለሰ ። እንዴት እንደምትሠሩ ለመገንዘብ የራሴን የማንቂያ ደወል በጣም ብዙ ነበረኝ ።

“ደህና ፣ አልፈራሁም ነበር” ዶሮ በጥብቅ ተናገረች ። "እና እኔ ነበርኩ ለማለት ማንም ቢደፍር ማየት እፈልጋለሁ።"

"ለማንኛውም ከዲክ ሰዎች ጋር ለመጋበዝ እንዴት መጣህ?" ሆፍ ሳዲቢ ጠየቀ ።

“እኔ በትክክል አልተጋበዝኩም” አልጠራጠርም ያለችው ዶ / ር ዶ / ር ። "ግን እኔ በጫካው ውስጥ ሳልፍ ትልቁ የበረዶ አውሎ ነፋስ ሲነሳ እና - -"

"እና የፐሬስኮት ህዝብ ወደ ጎጆው እንዲጋብዝዎ አደረጉ?" ተጨፈል ስፖፍ ሄንደርሰን።

“ዬ-” አለች ዶሮ በለመፈለግ።

ዲኪ ፐሬስኮት ስለዚህ ሁሉ ክር ምን ማለት አለብህ? የተሰበረ መንገድ (ሌባ)

ዲክ በደረቁ መልስ “ከሰማነው ሁሉ ለምን በዶሮዎች ታሪክ ውስጥ ምንም ነገር ማከል ምንም ፍላጎት አይታየኝም ፣ እሱ ሁሉንም ስለ ራሱ የመናገር ችሎታ ያለው ይመስላል ።”

“እና ዶሮ በእውነት ደ / ር ደፋር ነበርች ።

"እንዲህ ይላል አይደል?" የተጠየቀ ዲክ

ብዙ ጥያቄዎችን ለዚህ ጥያቄ መልስ ሰጠች እና ዶሮ መንቀጥቀጥ ጀመረች ።

"ለማንኛውም የሚገጥመው ነገር ምን ይመስለኛል?" የተጠቆመ

ዴቭ ዳርሪን “እኛ እዚህ ያየነው ከአስር ደቂቃ በፊት ሳይሆን በግሪድሊ ውስጥ ነበር” ። እኛ ለፖሊስም አሳውቀናል ።

"ልክ ነው?" በአንድ ጊዜ አስር ወንድ ልጆችን ጠየቀ ።

ዲክ “አዎ” ብሎ ነቀነቀ።

ሃሪ ሃዘልተን “እና

የዶሮ ፊት በጣም ተዳክሞ መንጋጋው ወደቀ ። ከአንድ ደቂቃ በፊት ነኝ ሲል የነበረውን ጀግና አይመስልም ። ከሕዝቡ መካከል አብዛኞቹ ወንዶች ልጆች መሳቅ ጀመሩ ።

በፕሪስኮት ጆሮ ውስጥ ሃሪ በሹክሹክታ "እኔ ዶሮ በእውነቱ ወደ ጫካ እንደወጣች ለህዝቤ ለመናገር ጥሩ ሀሳብ አለኝ"

ዲክ “አደርገዋለሁ” ሲል በጥብቅ አስጠነቀቀው ። "ማሾፍ የለብንም። ለዶሮ ዱካ ትንሽ ጊዜ ስጠው እና እሱ ሁሉንም ነገር ራሱ ይፈቅድለታል ፣ ይህን ለማድረግ ምንም ትርጉም የለውም።"

“ሳ-አይ ፣ አልነበሩም-እኔን እያሰርከኝ አይደለም-አቶ ይገጥማል?” ዶሮ ተጠየቀች ።

"እናንተ ጓዶች በሉ - ሁከት!" ከሕዝቡ ጋር ስለተቀላቀለ በደስታ መንፈስ ተነሳ። "ሚር አለ ተቃራኒው ጥግ ላይ የሚስማማ ነው። እዚያም በመዞር እና በአቢት ጎዳና ላይ እየሮጠ ነው!"

ልክ እንደ ተኩስ የወንዶች ብዛት በብስክሌት ተሽከርካሪ ጎማ በማድረግ አሳደዳቸው ። ግን ዶሮ አብሯቸው አልሄደም ። የኋላውን ያሳደገው ቶቢ ሮስ እግሩ እንደሚሸከመው ወጣት ጋላቢ ሲዞር እና በፍጥነት ሲሄድ አየ ።

ምዕራፍ
"ይህ ጊዜ እንደማንኛውም ጥሩ ነው"
"ቲ

ይኸውልህ! "ወደ አቤት ጎዳና ሲለወጡ ወንዶችን በማሳደድ በከፍተኛ ደረጃ የሚሮጠው ትንፋሽ ግሬግ ።

አንድ ፖሊስ ግርግሩን አይቶ ከወጣቶች ብዛት በኋላ በፍጥነት ሮጠ ። መኮንኑ በሮዝ ሲይዘው “ተስማሚዎችን እያሰደዱ” እንደሆነ አገኘ ።

ከፊት ያለው ሰው በፍጥነት ቢሮጥም ፣ የመጀመሪያዎቹ ወንዶች ልጆች ቀስ ብለው ደረሱበት ። ፖሊሱም በጥሩ ሩጫ ፊት ለፊት ነበር ።

ከዚያም የተሰደደው ተሰናክሎ መሬት ላይ ወደቀ ። እሱ ተቀመጠ ፣ ግን ለማምለጥ ተጨማሪ እንቅስቃሴ አላደረገም።

በቅርቡ የተሰደደ ሰው ስልጣኑን በገዛ ፈቃዱ መልሷል ። ህጉ ሁል ጊዜም ሀሰተኛን እንደሚፈጽም እርግጠኛ ነው ።

"ለምን ፣ ይህ ሚስተር. ተስማሚ አይደለም!" በተመሳሳይ የመጸየፍ ዘዬ ውስጥ የወጣ ዲክ እና ግሬግ።

ጂምሜ የሚስማማ ማን ነው? ብሎ ሰውዬውን ጠየቀው ፣ ሞኝ ሆኖ ስለእርሱ ሲመለከት ፣ ህዝቡ ሲከበበው ፖሊሱም ፊቱ ላይ ተመለከተ ። ጂምሚ የሚገጥም ማን ነው ፣ እጠይቃለሁ ጃክ ራያን ይሆን?

ፖሊሱ በንዴት አጉረመረመ "ይህ ሰው የመርከብ ቢስሊን ፣ የቡድን ቡድን ነው" ሲል አጉረመረመ ። አለቃ በጣም የሚፈልጉት ሌባ ነው ያለው ማን ነው?

“አይ - አየሁት ይመስለኛል ፣ ባየሁት ጊዜ ፣” ፣ ይልቁንስ አሁን ተበሳጭቷል ። "እሱ ከሚመጥን ጋር ተመሳሳይ ግንባታ ነው ፣ እና በርቀቱ እርሱን ይመስል ነበር። እናም ይህ ሰው ብሬስሊን ጥግ ላይ እያየ እና በጥርጣሬ እርምጃ እየወሰደ ነው። እኛም ከኋላ ስንጀምርም ሮጠ።"

“እኔ ከእናንተ ጋር እሄዳለሁ ፣ እንደ ሰላም ወዳድ” ቃል ገብቷል የመርከብ ብሬሊን በእግሩ ላይ በመቆም ሰማያዊውን ለሸፈነው ። ‹‹ ጃክ ራሱ ራሱ የዋስትና ማረጋገጫውን አውሏል ፣ ይመስለኛል› ።

"ምን ዋስትና?" ሲል ፖሊሱን ጠየቀ ።

አንዱን አላለም አላለም? አጥብቆ ጠየቀ ።

"የአለም ጤና ድርጅት?"

“ጃክ ሪያን ። ዛሬ ከሰዓት በኋላ ለሪያን ትልቅ ዋልታዬን የሰጠቻው‹ ዛሬስ ከሰዓት በኋላ ፣ በተፈጠረው ትንሽ ክርክር የተነሳ ሁሉም ። ጃክ ከእኔ ጋር ቢሆን እላለሁ ብሎ ማለ ፣ እኔ ላይም የዋስትና ቃል ሲሰሙ ሰማሁ ። ጥርጣሬው ስለተጠናቀቀ አንድ ደደብ የደስታ አየር የነበረው ብሬስሊን እኔ ገል ል ።

ፖሊሱም “ማታ ማታ ከመምጣታችን በፊት የምሽቱ ሰዓት ትዕዛዞቹ ሲነበቡ ለእናንተ ምንም ማረጋገጫ አልሰማሁም ።

"ከዚያ ጃክ አላደረገውም?" ብሎ ብሬንሊን ጠየቀ ።

ፖሊሱ “ካደረገ ለፖሊስ እንዲያውቅ አላደረገም” ሲል ፖሊሱ ሳቀ ። በእርሶ ላይ የፍርድ ቤት ትእዛዝ ቢኖር ኖሮ ትዕዛዙ በጣቢያው ቤት እስከሚገኘው የሌሊት ሰዓት ድረስ ይነበብ ነበር ። በእርሶ ላይ ትእዛዝ አለ ብለው ስላሰቡ ከወንዶቹ ሸሸተዋልን?

የቡድን አስተላላፊው “አደረኩ” ሲል አምኗል ።

መኮንኑ ፈገግ ሲል "እንግዲያው ጃክ ሪያን ነገ ይሳቅሃል" "ቤርሲሊን ወደ ቤትህ ሂድና ራስህን ጠብቅ። ወንዶች ፣ ብትበታተን ይሻላል።"

ከዚያ በኋላ ብዙም ሳይቆይ የግሪሊ ሰዋሰው ትምህርት ቤት ወንዶች ልጆች ቤት እና አልጋ ላይ ነበሩ ። ገና የበዓሉ ዕረፍቶች ጥቂት ስለሚቀሩ ጠዋት ላይ እንደገና በመንገድ ላይ ነበሩ ።

ዛሬ ጠዋት ደግሞ ዜና ነበር ። ዶጅ ቤቱ ሌሊቱ ውስጥ ገብቶ ነበር ፣ ግን የዶጅ አሰልጣኝ ዘግይተው ሲመለሱ ፣ በተከፈተው የመመገቢያ ክፍል መስኮት አጠገብ አንድ ዘራፊ አይተው አዩ ። አሰልጣኙ ይበልጥ በቅርበት ምርመራውን ሲያካሂድ በመስኮት ዘልሎ ዘራፊውን አስፈሪ እና አሰልጣኙን ጭንቅላቱ ላይ በመምታት ከዚያ ጠፋ ። ነገር ግን አሰልጣኙ ስለ አጥቂው የሰጡት መግለጫ ሚ / ርን ከግል ገጽታ ጋር አጠናክረዋል ። ይገጥማል ።

ደፋር አጭበርባሪው አሁንም በግሪድሊ ውስጥ እየሰራ ነው? ከአፍ ወደ አፍ ተላልል ። "ምን ነርብ!"

የፖሊስ አዛ በዋናው ጎዳና ላይ ነጋዴዎችን አስጠነቀቁ "ሌባው አንድ ወይም ሁለት ረዘም ላለ ጊዜ እዚህ ሊቆይ ይችላል" ሲል አስጠነቀቀ ። እውነቱን ለመናገር ይመስላል ልጆቹ ሚ / ር ብለው የሰየሟቸው አረመኔዎች ለማምለጥ ያለ ገንዘብ ነው ። ዲክ እና ኮ. በካም ውስጥ የተገኘው ዘራፊ እርሱን ይዘው ሊሸጡት የጠበቁት ነገር ነበር ። በእጁ ባለመኖሩ ፣ ከዚህ ሩቅ ከመሄዱ በፊት ገንዘብ ለመሰብሰብ ሌላ ነገር መስረቅ አለበት ።

እርኩሱ ለምን በደንብ ያልታወቀበትን ሌላ ከተማ ለምን አይሞክርም? ጠየቀ . ዶጅ

የፖሊስ አዛ ም “እሱ እና አጋሮቹ አሁን በወህኒ ታስረው የታሰሩ ቤቶችን ስላለው ነው” ሲሉ መለሱ ። "ዘራፊዎች ብዙውን ጊዜ በደንብ አይተው እስከሚያውቁት ነገር እስኪያዩ ድረስ እስር ቤት ውስጥ አይገቡም ። ሌሊቶቼን በሙሉ ንቁ እንዲሆኑ አደርጋለሁ ፣ እናም ሰዎችን ለማድረግ በጥሩ ሁኔታ ላይ መሆን ጥሩ ይሆናል ተጠባባቂው ፣ ይህ ‹ሚር.የሚስማማ› እንደዘረፋ ወዲያውኑ ምናልባት ፍርግርግን ይተዋል ።

በዚያው እኩለ ቀን ዲክ ፣ ዴቭ እና ቶም ፣ እንደ አንድ በራስ ኮሚቴ የተሾመ በዚያ ጠበቃ ጽ / ቤት ለጠበቃው ጥሪ አቀረበ ። ለካምፕ መጠቀሙ ጠበቃውን አመስግነው የምግብ ማብሰያ ቤቱ መቃጠሉን ጠቅሰዋል ።

ወደ አባቱ ቢሮ በሚገቡበት ጊዜ ተስፋ የቆረጡ ሰዎች ሲናገሩ መናገር የጀመሩት በጭራሽ አልነበረም ። በዝምታ ፍሬ ከአባቱ ጀርባ ጀርባ ወዳለው የቢሮው ክፍል ተሻገረ ።

እሳቱ እንዴት ተከሰተ? ጠበቃውን ጠየቀ ። ከእናንተ መካከል የተወሰኑት ወንዶች ትንሽ ፈሪ እና ግድየለሽነት?

ፍሬድ ፣ ከአባቱ ጀርባ በሦስቱ የሰዋሰው ትምህርት ቤት ወንዶች ልጆች ላይ ቅት አደረገ ። አባቱ እውነቱን እንዲናገር መፍራቱ ግልጽ ነበር ። እንዲሁም ዲክ እና የእሱ ጩኸቶች መወገድ ይችሉ እንደሆነ ለመናገር አልፈለጉም ። ሁሉም ተረቶች ለመሸከም አንድ የትምህርት ቤት ልጅ ያላቸው ጥላቻ ነበራቸው ።

ፕሬስኮት “አይ ጌታዬ ፤ የትኛውም ፓርቲያችን ግድየለሽነት አልነበረም” በእውነት መለሰ ።

ጠበቃው “አህ ፣ ደህና ፣ በምንም ሁኔታ ቢሆን ምንም ችግር የለውም” በማለት አረጋግጦላቸዋል ። "በዚህ ዘመን ሰፈሩ በሙሉ

ምንም ዋጋ የለውም ፣ እናም ክ ከሁሉም አነስተኛ ዋጋ ያለው ክፍል ነበር ። ከተቃጠለ ያኔ ይጠፋል ። ወይዘሮ. ዲክስተር ማናችንም ሁላችሁም በጉዳዩ ላይ የማይመች እንድትሆኑ አይፈልግም ። ፣ ስለዚህ ስለዚህ ጉዳይ ሌላ ቃል መንገር የለብህም ነገር ግን ጎጆው አሁንም ቆሞ ነው ፣ እናም እንደገና ሊጠቀሙበት ይፈልጉ ይሆናል ። እንደ ወይዘሮ ዴክስተር ጠበቃ እና ወኪል ፣ ሲፈልጉ በማንኛውም ጊዜ እንዲጠቀሙበት አቀርባለሁ . ፈቃዴን ለመጠየቅ እንኳን መምጣት አያስፈልግዎትም ። የካቢኔው አጠቃቀም የእናንተ ወንዶች ልጆች ብቻ ነው ፣ እና በማንኛውም ጊዜ ሳይጠይቁ የእርስዎ ነው ።

ዲክ እና ኮ በፍጥነት ለቅቀው ሄዱ እና ፍሬድ ለጊዜው በከባድ አባቱ ምርመራ አምልጧል ።

ሦስቱም የሰዋሰው ትምህርት ቤት ወንዶች ልጆች ወደ ጎዳና ሲመለሱ “ያ ቃል ለከተማይቱ ሀብታም ሰዎች ለ . - ይስማማል” ሲል ሰማሁ ።

ዲክ ሳቀች "ያ ቤተሰቦቻችንን ያስወጣቸዋል"

ስለዚያ በጣም እርግጠኛ ነዎት? ብሎ ጠየቀ ። "የሚመጥን ነገር ቤታችንን በአንዱ በቀል መንገድ ሊጎበኝ ይችላል - ለምሳሌ የእርስዎ ፣ ዲክ።"

ፕረስኮት በጭንቅላቱ እየተንቀጠቀጠ “እኔ እሱ ያደርገዋል ብዬ አላምንም ፣ ለበቀል ብቻ” ሲል መለሰ ። "ተስማሚነት ምናልባት አጉል እምነት ያለው ነው እናም ምናልባትም የእኛን ህዝብ ለማሳደድ ወደ መጥፎ ዕድል ይሮጣል የሚል መደምደሚያ ላይ ደርሷል ። ሁሉም መጥፎ ዕድሉ እና የእስር አጋሮቹ አሁን በእስር ላይ ያሉት እኛን በመረበን ነው ።"

ቶም “ከአስፈሪው ሌላ ጉብኝት እንደማያገኙ በጣም እርግጠኛ አይሁኑ” ሲል አስጠነቀቀ ። "ዲክ ፣ ሚ / ር የህዝባችን መሪ እንደሆንክ ያውቃል ፣ እናም ለዚያ ነው ለበቀል ጉብኝት ቤትዎን ካለ ብቻ የሚለየው።"

ፈገግ አለ ዲክ "ነቅቼ ማየት ማየት እፈልጋለሁ።" ግን ገና ከእኩለ ሌሊት በፊት በድምፅ እንቅልፍ ውስጥ መውደቄ እርግጠኛ ነኝ ።

በቀን ውስጥ ብዙ የማዕከላዊ ሰዋሰው ትምህርት ቤት ወንዶች ልጆች መገናኘት የነበረባቸው ሲሆን እያንዳንዳቸው ስለ አስደናቂ የበረዶ መንሸራተቻ ቀናት የተወሰነ መረጃ ማግኘት ነበረባቸው። እስከ ምሽት ዲክ ከኤም. ይገጥማል ።

እራት ከተመገባችሁ በኋላ ወደ ቅድመ-መሸጫ ሱቁ ከተጋበዙ በኋላ ።

“ዳን ዛሬ አልተወጣም ነበር” ሲል ዴቭ አስታወቀ ። ቢያንስ እሱ ቢሆን ማንኛችንም ማየት አቅቶት ወደ ቤቱ እንሂድ እና የሆነ ችግር ያለበት ነገር ካለ እንመልከት ።

ዲክ በመስማማት ፣ ሁለቱ ቹሞች ወደ ዳልዜል ሲሄዱ ጨለማ የጎን ጎዳና አዞረዋል ።

በመንገድ ላይ በጣም ጨለማው ቦታ ላይ ሁለቱ ወንዶች ልጆች የተገነቡ ተቋራጮችን ቢሮዎች ፣ የቆሻሻ መጣያ ሱቆች ፣ የሁለተኛ ሻጭ ማከማቻ ቤት እና የኮንትራክተሩ የስራ ፈረሶች የተያዙበት አንድ ትልቅ ግምጃ ቤት ያሉ ህንፃዎች ያሉ ሻንጣዎች ስብስብ ማለፍ ነበረባቸው ።

በጨለማው ስፍራ ውስጥ ዝንጅብል መንገዱን ሲወስድ “ግሪሊ ሪል እስቴት በጥቂቱ የበለጠ ጠቃሚ በሚሆንበት ጊዜ እነዚህ የቆዩ ሮካዎች ይሄዳሉ”

ዲክ “በእውነቱ የከተማው ፣ የዚህ ስፍራ ውርደት ነው” ሲል መለሰ ። "! ማን ወደዚያ የሚንቀሳቀስ ነው? ኦው-ኦው - በል!"

እነሱ ወደ ሰፈሩ የሚወስደው በጠባቡ መንገድ ላይ ባለው የጭንቅላት መንገድ ላይ ብቻ ነበሩ ። በዚህ መንገድ ሁሉ አንድ ሰው በጨለማ ውስጥ የሚገኘውን መንገዱን እየመረጠ ነበር ። ወደ ጥላው የሚንሸራተት ይመስል ሰውየው ከዲክ ቅድመ-በረዶ በወጣው በረዶ ተለወጠ ።

አሁን ግን በድንገት ባልደረባው እንደ ብልጭልጭ ተሽከርካሪ ጎማ ወደ ሁለቱ ሰዋሰው ትምህርት ቤት ወንዶች ልጆች መንገድ ገባ ።

"እኔ እንደማስበው ይህ ጊዜ እንደማንኛውም ጥሩ ይሆናል!" ሚስተር. ይገጥማል ፣ ጥርሱን እንደ ጥርስ በሚያሳይ አስቀያሚ ሳቅ።

ምዕራፍ
ማጠቃለያ
"ጄ

ከፍ ያለ! እኛ ግን አግኝተናል! ”
"አለህ?" የተመለሰ ሚ. በስላቅ ይገጥማል ። "እንግዲያውስ አጥብቀህ ያዙኝ። ግን ይህ ለእኔ የታደለ ስብሰባ ነው። ሁሉንም የድሮ ውጤቶችን ከእናንተ ጋር መፍታት እችላለሁ። እርሰዎ ምንም እገዛ ያመጣልዎታል ብለው ካሰቡ ይጮህ።"

ዲክ በቀዝቃዛው መልስ ሰጠ ፣ ምንም እንኳን ወደ ውስጥ ቢያንዣብብም “የበለጠ እናውቃለን” እኛ እራሳችንን ማስተናገድ አለብን ።

“እኔን በመያዝ ተጠምደኝ ፣” ይገጥማል ። "ፐሬስኮትት ፣ ዳርሪን እንዲሮጥ በሚያደርግ መንገድ እርስዎን በመያዝ እጀምራለሁ ።"

"አታምነውም!" በንዴት በድጋሜ ተመለሰ ። "ልገደል እችል ይሆናል ፣ ግን እኔ አንተን ከማሳደድ በቀር እንደማልሮጥ ቃል እገባልሃለሁ ፣ አንተ አስቀያሚ ደደብ!"

እናያለን! ምስኪንነቷን አነቃች ።

በዚህም መሬቱን ለቆመው ዲክ እጁን ዘረጋ ። በዚህ ጊዜ በልጆቹ እና ቃል በገባባቸው አጥቂ መካከል መካከል አንድ ቀላል ምስል ተኩሷል ።

“አንተ ሃውሀር ጀርባውን ቆመ!” መጤውን በቁጣ አዘዘው ። "ይህ የወንዶች ጉዳይ ነው። እኔ እና አንዳችን ለሌላው እንተባበራለን!"

"የድሮ ዱት!" እስትንፋሱ ዲክ በመገረሙ ጥንካሬ ውስጥ ።

የማዕከላዊ ሰዋስው ርዕሰ መምህር በቀዝቃዛ ሁኔታ “አዎ ፣ እኔ ነኝ” ብሏል ። "ይህ በእኔ መስመር ውስጥ የበለጠ ነው።"

አቶ. ፊትስ በኤሌክትሪክ ኃይል በቡጢ ከቦታው ተገፍቶ ነበር ። ሠ. የዱቶን ጀኖች. አሁን ግን ጨካኙ በጥንቃቄ ፣ በመደፍጠጥ እና በብድር በመስጠት ተመለሰ ።

"ማን ነህ ፣ ለማንኛውም!" ጠየቀ . ይገጥማል ።

“አህ ፣ እኔ ከከተማው የትምህርት ቤት አስተማሪዎች አንዱ ነኝ” ሲል አሮጌው ዱት በደረቅ መለሰ ። "አንተን ፣ ያ ያ አጠራጣሪ ዝነኛ ሰው እንደሆንኩ አስባለሁ ፣ ሚስተር ይገጥማል - ካልሆነ ግን ሌባ።"

"ከዚህ ውጣ!" ጨካኙን ጨለማ አስጠነቀቀ ። ይህ ለትምህርት ቤት አስተማሪዎች ቦታ አይደለም ።

"በተቃራኒው" ድሮ ዱት እንደቀድሞው አረፍ መለሰ ፣ "ይህ ለእኔ ትክክለኛ ቦታ ነው ፣ እኔ አንድ ትምህርት ላስተምርህ እራሴን ስለመረጥኩ የእኔ ሰውዬ። ካፖርትህን ጣል ፣ አልፈልግም ያለአግባብ ሊወስድዎት ነው ።

የድሮ ዱት ሲናገር የራሱን ካፖርት “ሹሩ” አደረገ ፣ ወደ ገደቡ ወረወረው ።

ዲክ “ጠብቅ ፣ ጆንስ ፣ እና ፖሊስ እናገኛለን” በማለት አሳስቧል ።

የትምህርት ቤቱ አስተማሪው “ቆይ ምን ያህል መጥፎ እንደምፈልግ እጠብቃለሁ” ብለው መለሱ ።

“ይህ ጉዳይ የእርስዎ ጉዳይ አይደለም” ሲል ማጉረምረም ጀመረ ። ይገጥማል ።

"አዎ ነው!" የማዕከላዊ ሰዋስው ርዕሰ መምህር አጥብቀው ጠየቁ ። "ሁለቱን ወንዶቼን ልታጠቃ ነበር ። በሰላም አብረኸኝ ወደ ፖሊስ ጣቢያ ከሄድክ ከዛ ከምትወድቅ እተውሃለሁ ። ግን ለማምለጥ አትሞክር ፣ ምክንያቱም እኔ አስጠነቅቅሃለሁ የድሮውን የኮሌጅ ዘመኔን በፍጥነት በማከናወን ላይ ቆይቻለሁ ።

ሚስተር “ከአንተ ጋር አልሄድም ፣ አልሮጥምም”
ብለዋል። በስህተት ይገጥማል ።

ልጀምር ስለጀመርኩ ከዚያ ካፖርትህ ላይ ውረድ ”ሲል ድሮ ድሃው ምስኪኑን አስጠነቀቀ ።

በትምህርት ቤቱ አስተማሪው ዐይን እና ድምፅ ውስጥ አንድ ነገር ራሱን በአንድ ጊዜ ማሳጠር ጥሩ እንደሚሆን ተነግሮታል። ቆብ እና ካባው ወጣ ።

“አይዞህ ፣ በራሪ-ጣጣ!” ማሾር ይገጥማል ፣ በሌላኛው በአንዱ በጡጫ ይመራል ።

ብዙውን ጊዜ ፣ በሰዋሰው ትምህርት ቤት ወንዶች ልጆች ውስጥ በጥልቀት እንደተገለጸው ፣ አሮጌው ዱት ወንዶችን በማጥፋት ጥሩ ነበር ፣ ግን እሱ የሚቋቋመው የራሱ የሆነ ሰው ቢኖረው የተለየ ነው ።

አሁን ዲክ ፕሪኮትት እና ዴብ ዳርሪን በጭራሽ ባልረሱት እይታ ታከሙ ። በመጠን መጠኑ አሮጌ ዱት በተወሰነ መልኩ ከመጠን በላይ ተዛመደ ። በተመሳሳይ ጊዜ ተቃዋሚው ወጣት ወጣት ነበር ። ሆኖም የጀግኖች ጦርነት ይመስል ነበር። ለተወሰነ ጊዜ ያረጀ ዱት የራሱን ለመያዝ ሁሉንም ማድረግ ይችል ነበር ። እርሱ ከባድ ቅጣት ተቀጣ ፣ ግን ያንኑ ዓይነት መልሷል ። ከዚያ ፣ በድንገት ፣ ግጥሚያዎች ማምለጥ የሚፈልጉ ምልክቶችን አሳይተዋል። ግን አቶ. ሠ. የዱቶን ጀኖች ያለማቋረጥ ተከትለውት ነበር ፣ በመጨረሻም ከባድ ድብደባ ሌባውን መሬት ላይ ዘረጋው ።

አሮጌው ጓድ “ለመነሳት አትሞክር ፣ እኔ ለእርስዎ ዝግጁ እንደሆንኩ እስክገልጽ ድረስ ።

በዚህ ጊዜ ርዕሰ መምህሩ ልብሱን ለብሰው እንደገና ደፍረው በጣም አክብሮት ባለው አየር የርእሰ መምህሩን ኮፍያ አለፉ ።

“አሁን ፣ ትነሣ ይሆናል” ብሎ አጮልቆ የቆየ ዱ. ኮፍያዎን እና ኮትዎን ይለብሱ ።

አቶ. መታዘዝን የሚመጥን ነው ፣ በመቀጠልም በውርደት

በጣም ጥሩውን እንዳገኘኸው ፣ አሁን እኔን ለመልቀቅ ዝግጁ ነዎት ብዬ አስባለሁ ።

አሮጌው ዱት “ሌባን በጭራሽ አልፈቅድም ፣ ከቻልኩበት እረዳዋለሁ” በማለት የአንዱን የባልንጀሮቹን አንጓ ያዘ ። ጓደኛዬ ወደ ፖሊስ ጣቢያ እስክንደርስ ድረስ አብረን እንሄዳለን እና አስቂኝ ነገር ከጀመርክ ወዮልህ!

ስለዚህ በአምስት ደቂቃዎች ውስጥ አቶ. ፊውዝ ለደስታው የፖሊስ ኃይል አባላት ተላል ል ። በጣቢያው ቤት ሚ. ይገጥማል በተለይ እራሱን እንደ አንድ ጆን ክላርክ አድርጎ ገል ል ። በእውነቱ የእራሱ ስም ቢሆን በግሪድሊ ውስጥ ማንም አያውቅም ።

ክላርክ በቁጥጥር ስር የዋለውን ፍልስፍናዊነት በቃ ። አሁን ከእስር ቤቱ በስተጀርባ ስለነበረበት ሁኔታ ምንም እገዛ ሳያደርግ ጥሩ ተፈጥሮ ነበር ። የተከሰሰበትን ክስ በሙሉ አምኖ ተቀበለ ። ወደ ቅድመ-ማረፊያ ቤቱ የገባ እና የዲክን ሰዓት የወሰደው እና አድናቂው ለዲክ እናት የታሰበ ነበር ። እሱ እና አጋሮቻቸው የገና ገዥዎችን እንዴት እንደወሰዱ በነጻነት ሲናገር ፣ ለዝርፊያ “የሚገኙ” በርካታ ቤቶች እንዳሏቸውም ተናዘዘ ።

እስረኛው በምግብ ማብሰያ ቤቱ አነስተኛ “የሎተሪ ቤት” ውስጥ ሜጋፎን እንዴት እንዳገኘ ፣ እና በዚህ እንዴት የመንፈስ ድምፆችን

እንዳሻሻለ ነገረው ፡፡ በተጨማሪም በዚያ ከፍ ያለ ቦታ ከኮብል ኮፍያ ያመለጠበትን የበረዶ መንሸራተትን አግኝቷል ፡፡

ክላርክ-ኤም. የሚመጥን - ለረጅም ጊዜ ወደ እስር ቤት ሄደ ፣ እና ፍርግርግ ስለ እሱ ምንም አልሰማም። የተመለሰው ንብረት ከችሎቱ በኋላ ለባለቤቶቹ ተላል ፏል ፡፡ ዶር. ቤንትሌይ ውድ የሆነውን የውርስ ሰዓቱን በማገገሙ በጣም ከመደሰቱ የተነሳ ከመሪው በስተቀር እያንዳንዱን የዲክ እና የኮ. አባል በብር ሰዓት እና በሰንሰለት አበረከተላቸው ፡፡ ዲክ አሁን በወላጆቹ የገዛውን ሰዓት ስለነበረው ከዶ / ር ተቀበለ ፡፡ አንድ ቆንጆ ጥንድ ውድድር እሽቅድምድም

ወይዘሮ. ፕሬስኮት በሚቀጥለው ጊዜ በአካባቢው ኦፔራ ቤት በተከናወነው ትርኢት በተካፈለችበት ጊዜ ደጋፊዎ ን በኩራት ለብሳ ነበር ፡፡ ሌሎች በሰዋሰው ትምህርት ቤት ልጆች ንብረታቸው የተመለሰባቸው ሌሎች ፍርግርግ ሰዎች በእኩል ተደሰቱ ፡፡

አንባቢው ፍሬድ ሪፐሊ ለወጣቱ ሰፈሮች ባሳየው መጥፎ ስሜት ወዲያውኑ ያልተቀጣ መሆኑ ሊያዝን ይችላል ፣ ነገር ግን የሪፐሊይ ዓይነት ሰዎች ሁልጊዜም ይዋል ይደር እንጂ እየተያዙ እና እየተቀጡ መሆናቸው በማስተላለፉ ልብ ሊባል ይችላል ፡፡

በሚቀጥለው ሰኞ ማለዳ ዘጠኝ ወንዶች በአንዱ ኮት ክፍል ፣ ከሌላው ደግሞ ሴት ልጆች አስገቡ ፡፡

መታ ያድርጉ! ደወል ይነፋ ነበር ፣ እና ወዲያውኑ በመቀመጫዎቻቸው ውስጥ ያሉ ወጣቶች ለማዘዝ መጡ ፣ እጆቻቸው በፊታቸው በጠረጴዛዎች ላይ ተሰብስበዋል ፡፡

“ወጣት ሴቶች እና መኳንንት” ሲል የድሮው ዱት በተለመደው የትምህርት ቤቱ አስተማሪው ቃና ጀመረ “ሁላችሁም በክረምቱ

አጋማሽ የእረፍት ጊዜዎ በጣም እንደተደሰቱ እተማመናለሁ ። የታደሱ አካላትን እና አዕምሮዎችን ወደዚህ እንደመለሱ ተስፋ አደርጋለሁ ።

“አዎ ጌታዬ” ከአራቱም የመማሪያ ክፍል መጣ ።

ርዕሰ መምህሩ ቀጠሉ ፣ “በየካቲት (የካቲት) የመጀመሪያ ቀን ለተማሪዎቹ የተሰጡ የሪፖርት ካርዶች በትክክል ወይም በችኮላ መልስ እንደሰጡ ያሳያል ። "ዛሬ ጠዋት ከእርስዎ እጅግ የላቀ አፈፃፀም አልጠብቅም ፣ ግን ጥንቃቄ የጎደለው ወይም የሰማይ ንጣፍ የማየት ፍላጎት እንደሌለኝ ሁሉንም አስጠነቅቃለሁ ። ጌታው ዳልዜል በሹክሹክታ ነበር?"

ዳንኤል “አይደለም ጌታዬ” በእውነት መለሰ ።

"ያ መልካም ነው። ከብዙ አሮጌ ተፈጥሮ ጋር ሲነጋገር የቆየ ማንኛውም ወጣት ለሰው ልጆች በሹክሹክታ ማጉረምረም ከክብሩ በታች ሆኖ ሊሰማው ይገባል። ማስተር ሃዘልተን ፣ በመቀመጫዎ ውስጥ ያለአግባብ እየተንቀሳቀሱ ነው። ይረጋጉ ፣ አያስፈልግዎትም ዛሬ የራስዎን እራት ያብስሉ ። ፣ ሆን ብሎ ፈገግ ብሎ ማየቱ አግባብነት የለውም ፣ ለሚቀርቡት ማስረጃዎች ሁሉ ማስተር ሃዘልተን በጣም ጥሩ ምግብ አዘጋጅ ሊሆን ይችላል ። በእውነቱ የሚያውቁት የዘገዩ የካምፐ ጓዶቻቸው ብቻ ናቸው ። እሱን እንደማያጋልጡት እርግጠኛ ነው ትኩረት ወደ ዘፈኖች መጽሐፍትዎ ገጽ ይሂዱ ።

የዘፈኑ ልምምዶች ከተጠናቀቁ በኋላ የድሮ ድልድል እ.ኤ.አ.

ማስተር ሪድ እና ኪምቦል ናፍቆት በዚህ ጥንቅር ወረቀት ያልፋሉ ። እያንዳንዱ የክፍል አባል በእረፍት ጊዜው በተዘጋበት ወቅት ያየውን

እና ያስደነቀውን ነገር አጭር ግን አስደሳች መግለጫ የሚጽፍበት ሃያ ደቂቃ ይኖረዋል ። "

ከዚያ ለጥቂት ደቂቃዎች ክፍሉ ውስጥ እስክሪብቶችን ከመቧጨር ለማዳን ሁሉም ፀጥ ብሏል ። ሆኖም የድሮ ዱት ፣ የተማሪዎችን አይን እና የአይን እይታ ጠንቃቃ አንባቢን አሁን በደረሰው ድምፁ በመግለጽ የበምብ ፍንዳታ ወረወሩ ።

“አስቂኝ ነው ብሎ የሚያምን ማንኛውንም ነገር የሚጽፍ ተማሪ ቀልድ ነው ብሎ የወሰደውን ብቻ ለክፍሉ ማስረዳት ይጠበቅበታል ። ከዛም በራሱ ቀልድ ሶስት ጊዜ መሳቅ ይጠበቅበታል ።

እዚህ ሰዋሰው ትምህርት ቤት ወንድ እና ሴት ልጆችን ለአሁኑ እንተወዋለን ። ሆኖም በፀደይ ስፖርቶች ፣ ጀብዱዎች እና ምስጢሮች እንዲሁም ወጣት አንባቢዎችን ከሚስቡ የመንግስት ትምህርት ቤቶች ደረጃዎች ሁሉ አስደሳች በሆነው በዚህ ተከታታይ በሚቀጥለው ክፍል እንደገና እናገኛቸዋለን። ይህ ቀጣዩ ጥራዝ “የሰዋስው ትምህርት ቤት ወንዶች በጫካ ውስጥ ፣ ወይም ፣ ዲክ እና ኮ. ዱካ አዝናኝ እና እውቀት” በሚል ርዕስ ታተመ።

መጨረሻ

www.ingramcontent.com/pod-product-compliance
Ingram Content Group UK Ltd.
Pitfield, Milton Keynes, MK11 3LW, UK
UKHW020137250726
13967UKWH00002B/702

9 781034 765882